కాసింత ప్రేమ కావాలి

అరుణాంక్ లత

కవిత్వం

D1652002

ఛాయా

ప్రచురణలు

KAASINTHA PREMA KAAVAALI

Author:
Arunank Latha

©Author

First Edition: January, 2022
Copies: 500

Published By:
Chaaya Resources Centre
Flat No.103, Haritha Apartments
D.No.8-3-222/C/13 & 14,
Laxmi Nagar Colony, Madhuranagar,
HYDERABAD-500038
Ph: (040)-23742711
Mobile: +91-98480 23384
email: chaayaresourcescenter@gmail.com

Publication No.: CRC-43
ISBN No. 978-93-92968-18-1

Book Design:
Kranthi, +91 7702741570

For Copies:
All leading Book Shops
https:/amzn.to/3xPaeId
bit.ly/chaayabooks

అందరి కోసం ఈ ప్రేమ

అక్షరాన్ని ప్రేమించే వారిని ప్రోత్సహించి రచయితను చేయవచ్చు. కానీ కవిని చేయలేం. కవి ఎప్పుడూ సమాజము, సమాజంలోని మనుషులు, సంఘటలను చూస్తూ, స్పందిస్తూ, ఫీల్ అవుతూ, ఆలోచిస్తూ, అన్వేషిస్తూ వాణ్ణి వాడే తయారుచేసుకుంటాడు. మనం వాణ్ణి గుర్తించి రిసీవ్ చేసుకోవాలి అంతే.

ఏ సాహిత్యాన్నైనా మనం ఓన్ చేసుకోవాలంటే... అది మనపై అంత బలమైన ముద్ర వేయాలి. అలా ఓన్ చేసుకున్న దేన్నీ మనం మర్చిపోలేం. రాసిన వాళ్ళకంటే చదివినవాళ్లే ఎక్కువగా దాన్ని సొంతం చేసుకున్నారంటే ఆ సాహిత్యం సమాజపరమైందని అర్థం.

కీట్స్, నెరుడా రాసిన కవితా పాదాలు సింపుల్‌గా కనిపించవచ్చు. కానీ వాటిని మనం ఓన్ చేసుకున్నాం. అంతగా సమాజం సొంతం చేసుకోవడం మిగతా ప్రక్రియల కంటే కవిత్వానికే ఎక్కువ సాధ్యమవుతుంది.

పోయెట్రీని రాయడానికి మాత్రమే కాదు చదవడానికీ చాలా మంది భయపడతారు. ఎందుకంటే ప్రతి ఒక్కరు దాన్ని సింప్లేస్ట్ ఫామ్ అనుకొని మొదలుపెట్టి ఫెయిల్ అవుతారు. చదివేటప్పుడు సింపుల్‌గా అనిపిస్తుంది కాని అంత సింపుల్‌గా రాయడం చాలా కష్టం. అరుణాంక్ పోయెట్రీలో brevity వుంటుంది. పోయెట్రీకి ఉండాల్సిన ఫస్ట్ అండ్ బెస్ట్ క్వాలిటీ అదే. చాలా తక్కువ పదాలతో చాలా గొప్ప ఎక్స్‌ప్రెషన్ రాయడం.

తెలంగాణా మాండలికం బాగా తెలిసుండటం ఉర్దూ భాష పైన అరుణాంక్ ఉన్న గ్రిప్ ఉర్దూ పాటలు చదివి, విని ఉండటం వల్ల అరుణాంక్ పోయెట్రీ రిఫైండ్‌గా, మెచ్యూర్‌గా రూమీ ట్రెడిషన్‌కి దగ్గరగా అనిపిస్తుంది.

గాలిబ్, ఉమర్ ఖయ్యాం, సాహిర్, కైఫీ కవిత్వంలో వుండే ప్రేమని, విరహాన్ని, వేదనని, చమత్కారాన్ని మాలాగే మీరు ఖచ్చితంగా ఈ కుర్రాడి కవిత్వంలో ఫీల్ అవుతారు. ఈ కవిత్వం అరుణాంక్‌ది కాదు అందరిది. అందుకే ఈ కాసింత ప్రేమను ఛాయా మీతో పంచుకుంటోంది.

విహారి

ఛాయా తరుపున

కాసింత కవిత్వం - బోల్డంత ప్రేమ

ఇవన్నీ ఏదో సందర్భంలో ఇష్టులతో, ప్రియురాలితో చెప్పుకున్నవే. ప్రియురాలితో మాటల్లో పాబ్లోని చెప్తూ పాదాలను, ఫైజ్‌ని చెప్తూ కళ్ళను ముద్దాడిన జ్ఞాపకాలే. బయటకీ లోపలికి మధ్య ఉన్నది సన్నని గీత కాదు. ఓ పెద్ద అఖాతమే. ఆ సెన్స్ అండ్ సెన్సిబిలిటీలను నాలోకి ఒంపింది విప్లవ భావుకత కల్గిన కవిత్వమే.

నువ్వు లేవు
నీ జ్ఞాపకాలున్నాయ్
అట్లానే ఉంటాయా?
తెలియదు

ఇప్పుడు
ఈ క్షణంలో
నువ్ గుర్తొస్తే ఇలా అనిపించింది

అంతే.

బహుశా,
ఇకముందు
???

ఛలో ఏక్ బార్ ఫిర్ సే
అజ్ నబీ బన్ జాయే
హమ్ దోనో

అప్పటి వరకూ రగిలే నీ యాదుల కాష్టంలో ఇలా దహించనీ...

– అరుణాంక్ లత

కవిత్వం

కొంత సొంతం

చలిగాలి	11
మత్తు చూపుల కనులు	13
వెలుతురు చీకటి	15
కుచ్ భీగి అల్ఫాజ్	18
ఎదురుచూపు	20
Dream అనబడు ఒక ఉటోపియ	21
నా తొలి ప్రేయసి	23
సాఖీ	25
సాఖీ 2	26
సాఖీ 3	27
ఒకానొక ఉదయం	29
ఒంటరి నక్షత్రం	30
సరిహద్దులు లేని ప్రేమ	31
She Creates	33
ప్యార్ ముసాఫిర్	34
చూపు	37
తెగిన చూపు	38
ఆమె రాకడ	39
నువ్వెళ్ళిపోయాక	40
నువ్వు లేని క్షణాన	42
మనమిక ఒకే దేహం	44
ఆమెను చూసాక	45
సీతాకోకచిలుక	46
కొత్త పొదుపు	47
కడలి అలలు	48
గాయం	50
విషాదగీతం	51

కొంత అనువాదం

వెన్నెల గ్రహణం	53	నీ పాదాలు	77
ఎర్రని జాబిలి	54	ఓ తలంపు	79
పానీ పానీ రే	55	ధైర్యము	81
నడిరేయి పాట	57	ఖాళీ చోటు	82
దగ్గగీతం	59	కొన్ని సాహిర్ మాటలు	84
ఓ నా నల్ల కలువ	61	నిన్ను మళ్ళీ కలుసుకుంటాను	86
యాద్ ఆతీ రహీ రాత్ బర్	63	స్కెచ్	89
మైదానం	65	రాతి హృదయం	90
Perhaps last poem	67	కభీ న కభీ కహీ న కహీ	92
Lost in your eyes	69	ఒంటరి ఆశ	94
ఒంటరి గీతం	70	తెలియకుండి	96
మళ్ళీ రావూ…	71	ప్రేమ	97
శికారా	73	నేనో లిప్తకాలపు కవిని	98

కొంత సొంతం

కాలానికి కవిత్వం నేర్పిన
వెన్నెల రాత్రులు

చలిగాలి

నిదురపట్టక
ఈ రాతిరి
హృదయం అడుగుతోంది
కొన్ని కథలు చెప్పమని

ఎగిరిపోవాలి
మబ్బుల ఊరిలో తిరుగుతూ
నాలానే వచ్చిన
చుక్కలతో మాట్లాడేందుకు

కానీ,
ఎక్కడ దొరకాలి
ప్రవరుడిలా పాదలేపనం

విరహ బాధతో కోస్తోంది ఎదను
ఈ జనవరి మాసాంతపు చలిగాలి

కరిగిపోతున్నాయి
కలలన్నీ కలలోనే

మేల్కొనేసరికి
పరుచుకుంటుందేమో ఓ చెట్టు నీడ

సాఖీ,
నే లేచేసరికి
పక్కనుండవూ

మత్తు చూపుల కనులు

సాఖీ,
కనుల కొస నుండి
విసరకు
మరో చూపు

అది తాకి
మత్తెక్కి పోతాను
నువ్ తెచ్చిన ప్యాలా
అంతా తాగేసినట్లుగా

అవును పిల్లా
అవి కళ్ళా
కాటుక గోళాలా

కాసింత ప్రేమ కావాలి ❖ 13

ఏమా నడుమొంపులు
నువ్ వయ్యారంగా దరికి వస్తుంటే
నీ కురులు ముద్దాడాయి
నువ్ పెదాలు జత కలపకమునుపే
చూడకు సూటిగా అలా
ఆ చూపులు పురిగొల్పుతాయి
ఏదో ఓ చిలిపి పనికై

చక్కిలిగింతల నవ్వులు
నా వేళ్ళు నీ నాభిని మీటగానే
పలవరిస్తున్నాను
ఈ మత్తులో ఏదేదో

సాఖీ,
నీ చూపు సోకి
నన్ను నే మైమరచి
నీ ముందు మోకరిల్లి

వెలుతురు చీకటి

ఎప్పటిలాగే ఈరోజు
కాకపోతే నువ్వు లేవనే వెలితి
దిగంతాల్లోకి చొచ్చుకొని వచ్చాక
కొన్నిసార్లు పైకి రాలేక అక్కడే ఆవాసం

అన్ని చెప్పినంత సహజంగా ఉండవు కదా
నీకో కథ చెప్తా వినూ
చీకటిలో మొదలై
వెలుతురు గుండా ప్రవహించి
మళ్ళీ చీకట్లో కలిసిన
ఓ ప్రేమికుడి కథ

సొరంగం మధ్యలో నిలబడి
మరో చివరకోసం చూస్తున్నాడొకడు

ఎక్కడినుండో వచ్చి వీపుతట్టి
వెలుతురు వైపు నడిపించింది ఒక్కర్తి

వ్యక్తావ్యక్త ఆలోచనల మధ్య
ప్రేమామోహ భావనల మధ్య
భౌతికాలౌకిక ఆనందాల మధ్య
ఘర్షణ పడి
వాళ్ళ పోరాటమంతా 'ప్రేమ, స్వేచ్ఛ'ల కోసమే అని కనుగొన్నారు
వాటికోసమే కలసి నడచారు

విరిగిన హృదయాలను
ఒకరి బిగి కౌగిళ్ళలో మరొకరు
అతికించుకుని
అడవులు
సముద్ర తీరాలు
పల్లెలు
పట్టణ ప్రాంతాలంతా
కలియదిరుగుతూ
వాళ్లిద్దరూ ఓ జుగల్ బందీ
గొంతెత్తి పాడారు

గాలి చొరబడని
వాళ్లిద్దరి మధ్య సంద్రాలు పుట్టాక

16 ❖ అరుణాంక్ లత

ఒక్కసారి ద్వేషించవూ
అంటూ వచ్చింది తాను
ప్రేమైక బంధమున్న చోట
ద్వేషానికి తావు లేదు అంటూ
అతడు మళ్ళీ చీకట్లో కలిసిపోయాడు.

కుచ్ భీగి అల్ఫాజ్

టూటే హుయే దిల్ కే
కుచ్ భీగి అల్ఫాజ్

ఎందుకో ఖాళీతనం
ఆవరించినప్పుడు
ఎద ముక్కలైన భావన
కొన్ని తడి మాటలు

కొన్నిసార్లు అంతే
మనదైన కొన్ని ఖాళీతనాలు
అవసరమే
మనకంటూ ఓ ఒంటరితనం
ఓ నిశా(షా)చరుడిలా
ఓ బైరాగిలా

కొన్ని ఒంటరి గీతాలు
రాసుకోడానికో
పాడుకోడానికో
జనం నుండి మనల్ని
మనమే వెలివేసుకొని
చుట్టూ ఓ గీత గీసుకొని
నాలుగు వాక్యాలు రాసుకోడానికి
ఓ ఖాళీతనపు అవసరం

ఎందుకో గాయపడ్డ ఎద పలికే
కొన్ని తడి మాటలు బావుంటాయ్

ఎదురుచూపు

గడచిపోతున్న క్షణాల్లా
ఒక్కొక్కటిగా రాలిపోతున్న ఆకులు

అనుకుంటాను
ఆకురాలిన ప్రతిసారీ
శిశిరమై రాలినా
వసంతమై చిగురిస్తుందని

కనులు వర్షమై కురుస్తున్నాయి
దేహం గ్రీష్మమై కాలిపోతూ

ఓ హేమంతమా
నా ఎదురుచూపులంతా
శరత్కాలపు వెన్నెల కోసమే

Dream అనబడు ఒక ఉటోపియ

కాసేపు ఓ కలను కలగందామా!
ఈ రాత్రి నీ గుండెను నా ఎదతో ముడివెయ్యవూ
కలిసి కాసేపు కలల ప్రపంచంలో తిరిగొద్దాం
కలలో ఓ ఊహను కట్టుకుందాం

మీ ఊరికి
మా వాడకి మధ్య
ఓ ఎద్దు తునకల దండెం కడుదాం
కాస్త మీ ఇంట్లో ఉన్న
జంధ్యం తీసుకురారాదూ

ఇంకా ఎన్నాళ్ళని
మా అరుంధతిని గాల్లో చూస్తుంటారు
ఓసారి కుండ మార్చుకుందామని

మీ నాన్నతో చెప్పరాదూ
యే మేళాలు తాళాలు లేకుండా
మీ ఏక నాట్యాలను వదిలి రండి
మా దప్పుల సప్పుడులో
సామూహిక తాండవమాడుదాం
ఒకరి భుజం మీద మరొకరి చేయి
సప్పుడుతో జత కలుస్తూ జతులు
ఊహల్లో కట్టుకున్న ఉటోపియా
బాగుంది కదూ

కులం గీతలు దాటిన ప్రేమలు
చంపబడుతున్న చోట
పారుతున్న నెత్తుటి ప్రవాహంలో
నిలబడి అడుగుతున్నా

రావే పిల్ల రా
హద్దులన్నీ చెరిపి
సరిహద్దులు లేని సమాజంలోకి నడుద్దాం

నా తొలి ప్రేయసి

నీ గురించి విన్నాకో
నిన్ను చదివాకో
తెలియదు గాని
నీతో ప్రేమలో పడి చాన్నాళ్ళయింది

విశ్వవ్యాప్తమైన నీ పేరు
మండే గుండెలకి దిక్సూచి అన్నాడు
నాన్న నిన్ను పరిచయం చేస్తూ

నీ గురించి వింటూ పెరిగిన నేను
నీతో సంభాషించాకే కదా
నాకే నేను కొత్తగా పరిచయమైంది

కాసింత ప్రేమ కావాలి ❖ 23

కన్నీళ్ళు, నిట్టూర్పులు, వలపోతల శిశిర బతుకులకు
వసంతాన్ని పరిచయం చేసి
ఎండిన డొక్కల గుండె గాయాల్ని చూడడం నేర్పినదానా
ఎద్దుకోమ్ముల్లో దాచిన ఆరెకత్తిని
పోరుబాటలో ఆయుధం చేసినదానా

నువ్వెవరు అని తనడిగిన ప్రశ్నకు
నా తొలి ప్రేయసి అని పరిచయం చేస్తే
ఎంత ఉడుక్కుంది తాను

ఊహ తెలిసిన నాటినుండి
కండ్ల నిండా నింపుకున్నది నిన్నే కదా
నీవు లేక లేదు పోరు,
లేదు బతుకు

సాఖీ

నువ్ పెదాల మీద మత్తును మోసుకువస్తున్నా
నా చూపేందుకో నువ్ గుప్పిట పట్టుకొచ్చే సీసా పైనే

సాఖీ
సురా ఏరులై పారిన నేలలో
నేడు మధువుగ్రోలడం నిషేధం కదూ

ఎప్పటిలానే
తడిఅధర తీర్థమివ్వు
మత్తు దుఃఖపు మాటలలో
నన్ను నాలా బత్కనివ్వు

ఈ చలిరాత్రి
అలసి సొలసి దరికి వచ్చా
నీదు ఒంటిని దుప్పటిగా కప్పు

సాఖీ 2

కొన్ని అమూర్త కలలు
గడిచిపోయిన కాలాలు
మాటల్లో కొవ్వత్తె
కరిగిపోయిన రోజులు

ఎప్పుడూ ఫిజికల్ యేనా
అప్పుడప్పుడు మెంటల్ ఆర్గాజం

ఒకే ఊరు
రెండు చివర్లు
ప్రేమ
ఒక షార్ట్ టర్మ్ క్రాష్ కోర్స్

సాఖీ 3

నెత్తిమీద గండ దీపం
నడకా, నృత్యమా
రెండు కలగలిపిన రూపమా

ఎన్ని రాత్రుళ్ళు
కాలబడి ఉంటాయి

ఇంతకీ నాకేమవుతావ్ నువ్వు
ఏమో!
నాకు అర్థం కాదు
నువ్వా చెప్పవు
జనం మాత్రం చెవులు కొరుక్కుంటూ ఉంటారు

అయినా ఎవరేమనుకుంటే మనకేం
ఓ నిశీధిలో
కాలువ గట్టున
మబ్బుల మాటున ఎన్నెలను చూస్తూ
నీ కళ్ళలోంచి కారిన
కన్నీటిబొట్ల సాక్షిగా
నువ్ నా గుండె సఖివి

సాఖీ
రాత్రి నువ్ మిగిల్చిన
మధుపాత్రలోని నాలుగు చుక్కలు
నా నాలుక మీద సాకబొయ్యి

ఒకానొక ఉదయం

ఎన్ని ఉదయాలు
సూర్యోదయాన్ని చూడకుండా గడిచిపోయాయి

అయినా నీ మోములోనే
ఎన్ని సూర్య, చంద్రోదయాలు చూశ్లేదూ...

ఈ ఉదయం ఎంత దుర్మార్గమైంది కాకపోతే
నువ్వు పక్కన లేవని గుర్తు చేయడానికి కదూ
నన్ను నిదురలేపింది

ఒంటరి నక్షత్రం

ఏదో తెలియని ఒంటరితనం
వెన్నాడుతున్నప్పుడు
గ్లాసులో కాసిన్ని మంచు ముక్కలు
వేసుకొని మేడపైకి పోతాను

చల్లగా గాలులు మేనిని తాకుతున్నప్పుడు
నీ వెచ్చని కౌగిలికై వెనక్కి తిరిగి చూస్తానా
నువ్వుండవు

దూరంగా వెన్నెల
ఒంటరి నక్షత్రానికి తోడుగా

సరిహద్దులు లేని ప్రేమ

ప్రియా...
నిన్ను ప్రేమించడమంటేనే
నీ విముక్తి కాంక్షను ప్రేమించడం
నేనున్న దేశపు యుద్ధోన్మాద
కాంక్షను ద్వేషించడం

రా ప్రియా రా...
ఈ సరిహద్దుల గోడలు కూలగొట్టి
హద్దులంటూ లేని ప్రపంచాన్ని నిర్మిద్దాం

'యుద్ధమెప్పుడూ పాలకులదే
ప్రేమెన్నడూ ప్రజలదే' అని
మళ్ళీ మళ్ళీ నిరూపిద్దాం

కాసింత ప్రేమ కావాలి ❖ 31

Come on dear,
Tie your heart to mine,
Let us spread love
To defeat this bloody War

She Creates

Loneliness is curse, he said
No, it's a privilege, she replied

A village in a poem
City in a story
Utopia in a novel

'I create, to Solace the solitude in solitary'
She added
He agreed
they hugged

He never asks, why solitary?
Nor she shared.

ప్యార్ ముసాఫిర్

1

గతం తాలూకు జ్ఞాపకాలకు
వాస్తవ వర్తమానానికి మధ్య నలిగిపోతూ
వర్తమానానికి
ఊహాజనిత భవిష్యత్తుకు మధ్య
ఘర్షణ పడుతూ
విరిగిపోతున్న సీతాకోకచిలుకల
రెక్కలు అతికించేందుకు పడే తపన
అతగాడి జీవితం

2

అలల్లా వస్తున్న చెదిరిపోయిన కలల జ్ఞాపకాలను
లోలోపల బద్దలయ్యే అగ్నిపర్వతాలను
పారుతున్న లావాను

ఎగిసే కెరటాలను
వర్షించే మబ్బులను
వెన్నెలను
సంద్రాన్ని
వెంటేసుకుని
ఎద మీటిన భావాలను
గీతాలుగా పాడుతూ నడిచే అతగాడు
ఓ భైరాగి

3
దేశమంతా తిరుగుతూ
జీవితాన్ని
సత్యాన్ని
తత్వాన్ని
క్లై గట్టి చెప్పే అతగాడు
ఓ ముసాఫిర్
ఓ సూఫీ

4
ఆమె విరహాన్ని
మధుపాత్రలో నింపి
తాగి
జ్ఞాపకాలను, అనుభూతులను

అక్షరాల్లోకి ఒంపి
ఆమె ఏదో ఓ చోట కలిసినప్పుడు
దోసిల్లో కుప్పపోసే అతగాడు
ఓ ప్రేమికుడు

చూపు

ఆమె నవ్వుతూ చూసే చూపులో
అబ్సల్యూట్ మత్తు ఉంది

అయినా
ఆ రెప్పల మాటున
కనుగుడ్లకు ఆవల
పోటెత్తేందుకు సిద్ధంగా
ఓ సంద్రముంది

తెగిన చూపు

మాటలు కరువైనపుడు
బరువైనపుడు
రెండు హృదయాలని కలిపే
వంతెనయిన చూపులు
ఇవాలెందుకో పలకరింపును దాటవేశాయి

తెగిన ఆ చూపుకు
మది పిన్ లాగిన గ్రెనేడయ్యింది

ఆమె రాకడ

ఆమె ప్రతి రాకడ
అల తీరానికి మోసుకువచ్చే కాన్క

నువ్వెళ్ళిపోయాక

ఆ రోజులు పోయాయి
వాటి మాధుర్యమూ పోయింది
కొన్ని జ్ఞాపకాలు
అవి వెన్నాడుతాయి

చల్లని రోజుల్లో నా ఒంటిపై
నీ వెచ్చని స్పర్శ
చీకటి రాత్రుల్లో
నీ తీక్షణ చూపులు

ఇంకా
నా మెడపై నీ ఉచ్ఛ్వాస నిచ్ఛ్వాసలు
మనపైన వెన్నెల చుక్కల వెలుతురు
విశాల ఆకాశం కింద

మరచిపోయిన రాత్రులు

నీకు తెలుసా!
నువెళ్ళిపోయాక నాకేం మిగిలిందో?

కొన్ని కన్నీటి పదాలు
ఇంకొన్ని దు:ఖపు వాక్యాలు
ఓ అసంపూర్తి పద్యం

ఇంకా
ఓ ముసలి సాధువు

నువ్వు లేని క్షణాన

ఇదిగో
ఈ పొద్దు ఇక్కడ
ఇలా నిలబడి
ఓ కొత్త పొద్దును కలగంటున్న

ఈ తీరాన
ఇలా కూర్చుని
అలల తాకిడిలో
నీ స్పర్శను అనుభూతి చెందుతున్న

ఈ వెన్నెల రాత్రిలో
ఇలా పడుకుని
చుక్కలను చూస్తో
నీతో చూపులు కలుపుతున్న

42 ❖ అరుణాంక్ లత

నువ్వు పక్కన లేని క్షణాన
ఇంత చల్లగా
నన్ను తాకిన గాలి
నీమీదుగా వచ్చిందే కదూ

మనమిక ఒకే దేహం

ఆకసాన్ని చూస్తూ నీవు
నీలో ఐక్యమవ్వాలని నేను
మనసులో మాట విన్నదేమో
లతల్లా మనల అల్లేసిన వెన్నెల

ఇప్పుడిక మనం
నరాల్ని పెనవేసుకున్న ఒకే దేహం

ఆమెను చూసాక

ఎన్ని వందల వేల పుప్పొడుల
ముద్దులిచ్చానో నా సీతాకోకచిలుక
నవ్వుల కనులకి
చూపుల మెరుపులు పుట్టించిన
ఆ విప్పారిన నేత్రాలకి

ఎడబాటనంతరం కలయిక
కనులు ఎందుకో కాంతివిహీనం
గుండెలో మొదలై గొంతులో ఆగిపోయిన మాట
జ్ఞాపకాలు కంటనీరై ఒలికిన కాలం
నిశ్శబ్దాన్ని ఛేధిస్తూ కవిత్వం

సీతాకోకచిలుక

చూపులతో నవ్వుల వల విసిరే తన కళ్ళలో
ఓ అయస్కాంత శక్తి

తనతో కలసి నడిచే ప్రతి నడకలో
పోరాటమూ సౌందర్యం

ప్రకృతిలో భాగమైన తానొక
సీతాకోకచిలుక

కొత్త పొడుపు

పిల్లా
నువ్ నా వాడ దేహాన్ని తాకినప్పుడల్లా
చెదలు పడుతూ స్మృతులు
మన ఇద్దరి కావలింతను చూసి
బూజు పడుతూ పురాణాలు
మన ముద్దుల శబ్దాన్ని విని
లయ తప్పుతూ శృతులు
మన దేహాల మధ్య రాజుకుంటున్న అగ్గిని చూసి
వేదాలతో చితి పేర్చుకుంటూ మనువు

మంటల్లో కాలిపోతున్న కంచెల సాక్షిగా
ఈ నిశీధివేళ రాలిన బొట్లు
రేపటి కొత్త పొడుపుకు సంకేతం

కడలి అలలు

కడలి కడలి
అలలు అలలు

కడలి అలలు
అలల కడలి
కల్లోల నిశబ్ధ కడలి
ఉవ్వెత్తున్న ఎగిసే అలలు

మౌనంలా కడలి
మాటల్లా అలలు

తనలాగే కడలి
తనలాగే అలలు

కడలి
తన మనసు
అలలు
తన అలక

కడలి తానే
అలలూ తానే

అలల కడలి
కడలి అలలు

అలలను చూసే కనులు
కనులు కనే కలలు
అలలూ
కనులలూ
కలలు

కాసింత ప్రేమ కావాలి ❖ 49

గాయం

ఆమె గాయపడ్డ ప్రతిసారీ
గుండెలో గేయమొకటి
అర్ధాంతరంగా ఆగిపోతుంది

విషాదగీతం

నేల విషాద గీతాన్ని పాడుతున్న వేళ
నేను ఓ విషాద గీతాన్నే రాస్తాను

నెర్రెలు వారిన నేలను తడిపే వాన చినుకుకై
రైతు పొగిలిపొగిలి ఏడ్చినట్లుగా
తన ఎడబాటనంతర ఒంటరి రాత్రుల్లో
బొట్లుబొట్లుగా రాలి ప్రవాహమైన
శోకాలని రాస్తాను

నేనే తానై
తానే నేనై
బతికిన దినాలన్ని
మాల్బరో శ్వాసల్లో
అబ్సల్యూట్ దప్పికల్లో కరిగిపోయాయి

కాసింత ప్రేమ కావాలి ❖ 51

తనని కలవని
తనని తలవని రోజనేదే లేదు
తనని ఎప్పుడు కలిసానో స్మృతికి రాదుగానీ
తనతో కలిసి బతికిన దినాలన్ని
ఇప్పుడు అందమైన జ్ఞాపకాలు

నేల విషాద గీతాన్ని పాడుతున్న వేళ
నేను ఓ విషాద గీతాన్నే రాస్తాను
తాను దూరమయ్యాక
ఒంటరయ్యింది నేనే

తన నవ్వుల ప్రతిధ్వనులు
నిండిన గదిలో ఇప్పుడు
నేను ఓ ఒంటరి

కలలో
తన కౌగిలికై చేతులు చాస్తానా
మునివేళ్ళను బలంగా తాకే గోడ
తాను పక్కన లేదనే కఠిన వాస్తవంతో
వాస్తవంలోకి వస్తాను

నేల విషాద గీతాన్ని పాడుతున్న వేళ
నేను ఓ విషాద గీతాన్నే రాస్తాను

వెన్నెల గ్రహణం

అప్పుడప్పుడు మబ్బుల మాటున
నీ దోబూచులాటలు తప్ప
మనం దూరమయిందెప్పుడు

మేష రాశి వాండ్లు బయటకు పోవద్దంటే
టెర్రస్ మీద వృషభాన్ని వండుకు తినలేదూ
గ్రహణ రాజకీయాలే కాదు
మార్పు రాజకీయాల
మార్క్సునూ యాది చేసుకోలేదూ

అంటరానివన్నీ రాత్రే అందంగా
కనబడతాయని తెలియని
పగటి పక్షులు వాళ్లు
రాత్రి అందాన్ని వెతికే
నిత్య నిశాచరులం మనం

ఎర్రని జాబిలి

ఆమె తలపులతో నిదరోయి
ఆమె తలపులతోనే మేల్కొనడం
ఓ అసంకల్పిత దినచర్య

కొన్నిసార్లు ఆమె నామవాచకం
మరికొన్నిసార్లు సర్వనామం
ఆమె ఓ ఎర్రని జాబిలి

పానీ పానీ రే

జ్ఞాపకాలింక వస్తూనే ఉన్నాయ్
కళ్ళలో నీరెప్పుడో ఇంకిపోయి
నెత్తురింకా ప్రవహిస్తూనే ఉంది

ఇదిగో
ఇలా ఒంటరిగా పర్వతశ్రేణుల్లోనో
కారడవి మధ్యలోనో నిలబడి
కోల్పోయిన తమ ప్రియమైనవాళ్లను తల్చుకుంటూ
ఎవరో పాడుకునే సోలిటరి రీపర్ గీతం
ఇంకా వినపడుతూనే ఉంది

సహచరుల కాలిబాటల గుర్తుల్ని వెతుక్కుంటూ
యుద్ధాన్ని ఇంకా కావలించుకునేందుకు వస్తూనే ఉన్నారు

కాసింత ప్రేమ కావాలి ❖ 55

కలలూ
కన్నీళ్ళూ
ప్రేమలు
అన్నీ యుద్ధంలో ఏకమయ్యాయి

కాశ్మీర్లో, ఖలిస్తాన్లో
ఈశాన్యంలో, దండకారణ్యంలో
తమదైన ఏకాంత సమయాన
ఇద్దరు సాయుధ ప్రేమికులు ఒక్కటై
యుద్ధగీతాన్ని ఆలపిస్తున్నారు

నడిరేయి పాట

సాకీ
ఈ రేయి ఓ పాటను
పాడటం మొదలెట్టింది

వినపడుతోంది
కిటికీ చప్పుడులో
నీ పేరు పలవరింతలా

నీవే పంపినట్లుగా
నా దరికి చేరిన గాలిలో
నీ దేహ పరిమళం

అలిగి విసురుగా నువ్ తిరిగితే
తాకిన చీర కొంగులా

మొహన్ని తాకిన పరదా

మరిచిపోయిందేదో
గుర్తుచేస్తూ
క్యాలెండర్‌లో
మారిన తేదీ

ఈ నడిరేయి
నేనూ
నాకు తోడుగా
మధుపాత్ర

చిత్రంగా
కిటికీలోంచి చూస్తూ
నాలాంటి
ఒంటరి చుక్క

పక్కన లేనిది నీవే
పదిలంగానే ఉన్నాయ్
నీ జ్ఞాపకాలింకా
ఈ నడి రేయి
వినిపిస్తున్న పాటలాగా

58 ❖ అరుణాంక్ లత

దగ్ధగీతం

సిగరెట్‌ని శ్వాసలా ఎగబీలుస్తుంటే
మండిపోతున్న పొగాకులా ఉంది హృదయం
రోలింగ్ పేపర్ చప్పుడును తలపిస్తూ
దేహాంతరాల్లో ఏదో పెటిల్మని పగులుతున్న భావన

మది మసైపోతుందని తెలిసినా
నీ స్మృతుల్నే నిలుపుకున్నాను
వేదనాభరిత రాత్రుల్ని తట్టుకునేందుకు
మత్తునాశ్రయించాను

రాత్రులందు నీ జ్ఞాపకాల్లో
నన్ను నేను కాలబెట్టుకున్నాక
ఉదయాన్నే కొత్తగా లేస్తాను
రాత్రికి మరోసారి మండిపోయేందుకు

రగిలే నీ యాదుల కాష్టంలో
నే ఓ దగ్ధ గీతం

ఓ నా నల్ల కలువ

ఓ నా నల్ల కలువ
నిశాచరమా
గబ్బిలమా

నలుపే ఎందుకు అందమైనదో
నిన్ను చూసినప్పుడల్లా గుర్తొస్తోంది
నల్లని నీ మోముపై
దిష్టి చుక్కల తెల్లని పలువరుస

అవర్ణ రాగంలో ఎంత అద్భుతంగా పాడావే
నువ్ వాయించిన దప్పు
చంఢాల చాటింపే కదూ

అయినా పాట, దప్పు
మన వాడలో పుట్టినవే కదా
అవర్ణం, చంఢాలమైనందుకే
ఆ రెంటికంత అందం

ప్రియనేస్తం
నువ్ పక్కనుంటె
మన వాడలో ఉన్నట్లుంటుంది

మరొొక్కసారి రావూ
పాటల ప్రవాహామై
వెలివాడ విముక్తి గీతమాలపిద్దాం.

యాద్ ఆతీ రహీ రాత్ బర్

ఈ రాత్రంతా
నీ యాదులు వచ్చేలా ఉన్నాయ్
ఈ రాత్రంతా
వెన్నెలను కమ్మేసిన మబ్బులు కురిసేలా ఉన్నాయ్
మబ్బులతో కనులూ వర్షించేలా ఉన్నాయ్

ఈ రాత్రంతా
దూరంగా ఎక్కడో వీధి కుక్కల అరుపులు
గగనాన మబ్బుల ఉరుములు

నీవు లేవు
నీవు రావు

కానీ
నీ గొంతు చెవుల్లో మార్మోగేలా ఉంది

ఈ రాత్రంతా
నీ యాదులు
కలలయ్యో
కలతలయ్యో

మైదానం

మైదానం నీకు గుర్తుందా!?
మనిద్దరం కలిసి ఆడుకున్న ఆటల్లో
ఒక్కటంటే
ఒక్కటైనా గుర్తుందా

పర్వతాన్ని అధిరోహించి
అలసి రొప్పుతున్నప్పుడు
అప్పుడే వర్షంతో స్నానించిన
గులకరాయినొకటి
నోటికందించావ్
తడిసిన రాయి నుండి నీటిని
పీల్చుకొమ్మన్నావ్

మీదుగా జారి
గులకరాయిని కుదుస్తుంటే
నీ నుండి ఒక నది పుట్టింది

Perhaps last poem

ఎప్పటిలానే మర్చిపోయాను అనుకుంటాను
ఏదో ఓ ముచ్చట నిన్ను యాద్జేస్తనే ఉంటది
నా గుండెల మీద నాగరికత సంతకం చేసినదానవు కదా
ఇత్నా జల్దీ కైసే భూల్ జావూ తుమ్హే

వెన్నెల రాత్రులందు ఒడువని ముచ్చట్లు
మైదానటవి నదీతీరాలు మొదలు
నేలా సముద్రం ముద్దాడే చోటుదాక అలుపెరుగని నడకలు
అలసిపోయిన పాదాలను ముద్దాడే అలలు
మనదైన ఒంటరి ప్రయాణాలు

ఒంటరి ప్రయాణాల్లో నీవు తోడుంటే బాగుండు అనే సందేశాలు
కలలందు వెంటాడే కన్నులు
అరవిచ్చిన పెదాల కొసనుండి విసిరే నవ్వులు

అన్నీ నిన్నా మొన్నా జరిగినట్లుగానే
'ఇద్దరూ కలిసి రావట్లేదేంటని' హుస్సేన్ సాగర్ బుద్ధుడు అడిగాడు
వెన్నెలా బుద్ధుడు రాత్రంతా మన జ్ఞాపకాలు కలబోసుకున్నారట
కిటికీ తలుపు తట్టి మరీ చెప్పింది నెలవంక

నన్నొదిలి పోయిన నువ్వు నాకేమవుతావ్?
నా బతుకు ఆదిమగుహలో
తొలుసూరు మానవుడు చెక్కిన కుడ్యానివా!
నదితీరపు నాగరికత కట్టడానివా!
ఖైద్ జిందగీకా ఆజాది తమన్నావా!

గుండె గొంతుకలో కొట్లాడుతుంటే
ఏమీ పలకలేక అట్లే రాసుకున్న
నిన్ను నా రాతల్లో చూసుకుంటానన్న పిల్ల
బహుశా నీకోసం నే రాసే
చివరి రాత ఇదే కావొచ్చు

Lost in your eyes

దరికి రానంది నిద్దుర
దివారాత్రులందు
నీ తలపుల్లో పడిపోయానని

అలసి పోయాయి కనులు
ఈ ఎదురుచూపులిక
చాలించమంటూ

తిరుగుతున్నాను
నన్ను నీ కన్నులలో పోగొట్టుకుని
అప్పువడ్డదాన్నేదో వెతుకుతూ....

ఒంటరి గీతం

ఈ పొద్దూ

సంద్రం
నౌక
సూర్యుడు

ఇంకా
నేను

ఒంటరిగానే

మళ్ళీ రావూ...

మబ్బుల చీల్చుకు వస్తావ్
బతుకు చీకటైన ప్రతిసారీ

ఒక్కోసారి ఎంత పిలిచినా రావు
నీ రాక లేని రోజుకు అమాస అని పేరేమో

చూస్తూనే ఉంటాను నీ కదలికల్ని
జగ్ మగాతి సడ్కొంపే ఆవారానై తిరుగుతూ

చేతికి అందినట్టే అంది
పెదాలు తాకే లోపే వెళ్లిపోతావ్
నీళ్లలో నీ ప్రతిబింబాన్ని వదిలేస్తూ

రాత్రంతా
నిన్ను కళ్ళలో నింపుకునేందుకు
పగలంతా నిదురపోతాను

ఇప్పుడూ అంతే
నిన్ను చూడాలని
టెర్రస్ ఎక్కానా
మబ్బుల్లో దాగుతూ దోబూచులాడుతూనే ఉన్నావ్

నువ్వొస్తే కొసరి కొసరి ఇవ్వాలని
దాచి ఉంచాను
మత్తు మోహపు మాటలల్లో కాసింత ప్రేమను

ఎప్పటిలాగే
ఆ నలుపు పరదాల్ని
దాటుకు రావూ

శికారా

యుద్ధమోతల నేపథ్య గానంలో వికసించిన ప్రేమలు
చేతిలో చెయ్యేసుకుని నడుస్తున్నాయి
లోయలో వికసించిన ప్రేమలు
యుద్ధంలో ప్రవాసానికి తరిమేయబడ్డాయి

షెహజాదే... మళ్లీ మనదైన చోటుకు ఏనాటికైనా వెళదాం
అని చేసుకున్న వాగ్దానం నేరవేరకమునుపే
బతుకంత సుదీర్ఘమైన ఎదురుచూపు తరువాత
భుజాలపై తలవాల్చి మరణించాయి

ప్రేమా యుద్ధం వేరు కాదు
ప్రేమలో యుద్ధం
ప్రేమతో యుద్ధం

ప్రేమ చుట్టూ యుద్ధం
నేలనంతా యుద్ధం ఆవరించుకున్నాకా
సరస్సులో పూల పడవపై ప్రేమ పూస్తుంది

కొంత అనువాదం

నీ అందం వల్లే ఈ నేలపై ఇంకా వసంతమూ
నీ కళ్లు వినా లోకంలో ఇంకా ఏం మిగిలుందని
– ఫైజ్ అహ్మద్ ఫైజ్

నీ పాదాలు

నేన్నీ మొహంలోకి చూడలేకపోయిన ప్రతిసారీ
నీ పాదాలనే చూస్తాను
ఒంపు తిరిగిన ఎముక పాదాలు
బలమైన చిన్ని పాదాలు

అవి నీకు ఆదరవుగా ఉన్నాయని తెలుసు
నీ తీయని బరువు అంతా వాటిపైనే నిలబడిందనీ తెలుసు

నీ నడుమూ, చన్నులు
రక్త వర్ణమైన రెండు చనుమొనలు
కళ్ళ గుంటలు
అవన్నీ అలా ఎగిరిపోయాయి
విశాలమైన పండువంటి నీ నోరు
నీ ఎఱ్ఱని కురులు

కాసింత ప్రేమ కావాలి ❖ 77

నా చిన్ని శిఖరమా

కానీ, నేన్నీ పాదాలను ప్రేమిస్తున్నాను
అవి నేల మీద
గాలిలో
నీటి మీద
నన్ను చేరేవరకు
ప్రయాణిస్తూ వచ్చాయి గనుక

ఇంగ్లీష్ మూలం : పాబ్లో నెరూడా

ఓ తలంపు

నీ చేయిని అందించు

నాకొక గదిని ఏర్పరచు
ఈ కవిత్వపు పరిధినిదాటి
నిన్ను నడిపించేందుకూ,
ఇంకా
నీ వెంట నడిచేందుకు

ఇతరులకు
పదాలను పట్టుకునే ఏకాంతమూ
ఇంకా
ప్రేమను కోల్పోయిన ప్రేమను
ఉండనివ్వు

నాకు మాత్రం
నీ చేయిని అందించు

ఇంగ్లీష్ మూలం : మాయా ఏంజిలో

ధైర్యము

నువ్వు సూర్యుడవు, మబ్బుల మాటున దాగుండకు
నువ్వు వెన్నెలవు, నిత్యం వెలుగుతూనే ఉండు

నువ్వో కొంటె సమ్మోహనానివి, దాన్ని సద్దుమణచకు
నువ్వొక కాంతి ప్రసారానివి, తాకుతూనే ఉండు

ప్రేమ యింకా ఓటమిని అంగీకరించలేదు
దాన్నింకా పరిక్షిస్తూనే ఉండు, నీకు ఎంత నచ్చితే అంతగా

హిందీ మూలం : కైఫీ అజ్మీ
ఇంగ్లీష్ అనువాదం : పవన్ కే వర్మ

ఖాళీ చోటు

ఎన్నటికీ నిండని చోటొకటి
హృదయంలో ఉంది

ఒక ఖాళీ చోటు

ఇంకా
గొప్ప సమయాల్లోనూ
ఇంకా
మహోన్నత కాలాల్లోనూ

మనం దానిని తెలుసుకుంటాం

అన్నింటికన్నా ఎక్కువగా
మనం దానిని తెలుసుకుంటాం

ఎన్నటికీ నిండని చోటొకటి
హృదయంలో ఉంది
ఇంకా

మనం వేచి చూస్తాము
ఇంకా

ఆ చోటులో

వేచి

ఇంగ్లీష్ మూలం : బుకోవిస్కి

కొన్ని సాహిర్ మాటలు

ప్రేమ తన ఫలితాన్ని చేరుకోనే లేదు
అదే ప్రేమంటే
మిగతావి
ఏమీ కావు.

నువ్వెళ్ళిపోతావ్
నీ తాలూకు గురుతులు ఉండి పోతాయి
ఎంతోకొంత ప్రేమ తాలూకు సౌందర్యమూ ఉండిపోతుంది

ఆనంద కూడిక నుండి లేచి వెళ్లే వాళ్ళారా
మిమ్మల్ని ఏమని నిందించను
మీరంతా గొప్పింటి వాసులు
నేను
గాలి తిరుగుళ్ల అపవాదిని

హిందీ మూలం : సాహిర్ లుథియాన్వి

నిన్ను మళ్ళీ కలుసుకుంటాను

నిన్ను మళ్లీ కలుసుకుంటాను
ఎప్పుడు? ఎక్కడా? నాకూ తెలియదు.

నీ కల్పనలకు ప్రేరణయ్యి
బహుశా నన్ను నే ఓ నిగూఢ గీతలా
నీ కాన్వాస్‌పై పరచుకొని
నిన్ను చూస్తూనే ఉంటాను

నేనో సూర్యకిరణాన్నై
నీ రంగుల్లో కలిసిపోతాను
నీ రంగుల్ని కావలించుకొని
నన్ను నీ కాన్వాస్‌పై చిత్రించుకుంటాను

నాకూ తెలియదు
ఎప్పుడు? ఎక్కడా? అని –
కాని,
నేను నిన్ను తప్పక కలుసుకుంటాను

బహుశా నేను వసంతంలా మారి
నీ దేహంపై నీటి నురగను రుద్దుతాను
నీ దహించే ఎదపై
కాస్త చల్లదనాన్ని అద్దుతాను

నాకేమీ తెలియదు
కాలం ఏం చేసినా
జీవితం నా వెంట నడుస్తూనే ఉంది

దేహం నశించినప్పుడు
అన్నీ నశిస్తాయి

కానీ,
జ్ఞాపకాల పోగులు
కాల గమనంలో అల్లుకుపోయి ఉంటాయి
వాటిని ఏరుకుని
ఆ పోగులను అల్లుకుంటూ

కాసింత ప్రేమ కావాలి ❖ 87

నిన్ను మళ్లీ కలుస్తాను
ఎప్పుడు? ఎక్కడా?
నాకూ తెలియదు
కానీ నిన్ను తప్పక కలుస్తాను

హిందీ మూలం : అమృతా ప్రీతం

స్కెచ్

పిల్లా
నీకు గుర్తుందా!
ఒకరోజు
నా టేబుల్ ముందు కూర్చొని
సిగరెట్ డబ్బాపై
ఒక మొక్కని గీశావ్
వచ్చి చూడవూ
ఇప్పుడది పూలు పూస్తుంది

హిందీ మూలం : గుల్జార్

రాతి హృదయం

రెండు హృదయాలు
నాల్గు కన్నులు
దివారాత్రులంతా
ఏడుస్తూనే ఉన్నాయ్

ఆ నల్లని కనులు ఏడుస్తోంది
ఇక కలవలేమనీ
కలిసుండలేమనే

నిషేధించింది మా అమ్మ
నేనా పిల్లవాణ్ణి ప్రేమించడాన్ని

బహుశా
ఆమె హృదయం

రాతితో చెక్కబడిందేమో
అతడ్ని ప్రేమించొద్దని చెప్పేందుకు

నిషేధించింది మా అమ్మ
నేనా పిల్లవాణ్ణి ప్రేమించడాన్ని

కాని,
నేనతన్ని గట్టిగా హత్తుకుంటా
అతడ్ని ప్రేమిస్తూనే ఉంటా
నా ఊపిరాగే చివరిదినం దాకా

అవును
అతడ్నే ప్రేమిస్తా
నా బతుకు ఆఖరి క్షణం దాక

Cold War (2018) సినిమాలోని పోలిష్ గీతానికి అనువాదం

కభి న కభీ కహి న కహి

ఎపుడో ఒకప్పుడు
ఏదో ఓ చోట
ఎవరో ఒకరు వస్తారు
నన్ను తన వాణ్ణి చేసుకొని
మదినిండా నింపుకుంటారు.

ఒంటరిగా ఎప్పటినుండో తిరుగుతున్నాను
ఈ ఏకాంత ప్రపంచంలో
ఖాళీ మధుపాత్రతో కూచున్నాను
ఎప్పటి నుండో ఈ మధుశాలలో
ఎవరో ఓ సాఖీ నాకోసం ఉండకపోదూ
నా దప్పిక తీర్చ ఎవరో రాకుండా పోరూ.

ఎవరూ నా మదిని చూడలేదు
వినలేదు నా మది సందేశాన్నీ
నన్ను ఆవారాని అనుకున్నారు
నా పేరుని విన్నవారూ లేరు

ఇప్పటి వరకు అందరూ నన్ను ముక్కలు చేసినవాళ్లే
ఎవరో ఒకరు నన్ను పక్కన కూచోబెట్టుకుంటారు
ఏదో ఓ రోజు ఈ నిశ్శబ్దంలోనూ
ప్రేమ నిండిన గొంతుతో ఎవరో పలకరిస్తారు

ఎవరికి తెలుసు ఎప్పుడు ఎలా
ఈ దారిలో ఒక స్నేహం దొరుకుతుందనీ
నా మది బాధను అర్థంచేసుకొని
రెండు కన్నీటిబొట్లు కురిపిస్తుందనీ

హిందీ మూలం : రాజేంద్ర కృష్ణ్

ఒంటరి ఆశ

ఈ ఏకాంత నిశి రాత్రి
నీతో ఓ ఆలోచన పంచుకోవాలని
శాశ్వతమైన కోర్కె ఉంది

నాపైన ఆకాశం లేదు
లేదు నా కాళ్ళ కింద నేల
కాళ్ళూ, చేతుల్లకు బంధనాలు

ఉన్నదల్లా సంకెళ్లు లేని హృదయం
సంవత్సరాలుగా చెవిలో చెప్పేందుకు చిన్నమాట
వాళ్ళు విసిరేశారు
మన హృదయాలను వేల మైళ్ళ దూరం

కానీ,
మన ఊహల కిరణాలు కలుసుకోవడాన్ని
ఆపలేదు ఈ రాత్రి

నల్లని మేఘాల వెనుక దాక్కొని ఉన్న
తళుక్కుమనే నక్షత్రపు బాధ
నువ్వూ దానిని అనుభూతి చెందావనేది నాకు నిశ్చయమే

ఇంగ్లీష్ మూలం : జి.ఎన్. సాయిబాబా

తెలియకుంది

వో కల ఉండేది
ధ్వంసమైంది
వో తలంపుండేది
దాని జాడ లేదు

కానీ,
ఈ ఎదకేమయింది
ఎందుకారిపోయిందో
తెలియకుంది.

ఉర్దూ మూలం : ఇష్తికార్ ఇమామ్ సిద్ధిఖీ

ప్రేమ

ప్రేమ
నా ప్రార్థన పూసల్ని దొంగలించి
కవిత్వాన్నీ,
పాటలను
ఇచ్చింది.

ఉర్దూ మూలం : రూమీ

నేనో లిప్తకాలపు కవిని

నేనో లిప్తకాలపు కవిని
గాలి బుడగ కాలం నా కథ
నా నవ్వు క్షణభంగురం
అంతే
నా యౌవనమూ

ఎందరో కవులొచ్చారు నాకన్నా మునుపు
వచ్చీ వచ్చినట్లే వెళ్లిపోయారు
కొందరు నిట్టూర్పులతో
ఇంకొందరు కొన్ని పాటలతో
వాళ్ళ కథా లిప్తకాలమే
నా కథా క్షణభంగురమే
రేపు నేను మిమ్ముల వీడిపోయినా
నేడు మీలో కలిసే ఉన్నాను

రేపు ఇంకొందరొస్తారు పాటలతో
వికసించు పూలను తాకేందుకు
నాకన్నా బాగా చెప్పేవాళ్ళు
మీకన్నా బాగా వినేవాళ్ళు
రేపెవరో ఒకరు నన్ను యాది చేసుకుంటారు
కానీ, ఎవరో నన్నెందుకు యాది చేసుకోవాలి?
ఈ రద్దీ ప్రపంచం నాకోసం
తన సమయాన్నెందుకు వృథా చేసుకోవాలి

నేనో లిప్తకాలపు కవిని
గాలి బుడగ కాలం నా కథ
నా నవ్వు క్షణభంగురం
అంతే
నా యౌవనమూ
కవిత్వమూ

– హిందీ మూలం : సాహిర్ లుధియాన్వి

www.ingramcontent.com/pod-product-compliance
Lightning Source LLC
LaVergne TN
LVHW090056230825
819400LV00032B/756
* 9 7 8 9 3 9 2 9 6 8 1 8 1 *